Tagalog

Ang Aking Maraming Kulay:

Isang Kwento ng Pagiging Non-Binary

Marcy Schaaf

My Many Colors:

A Story of Being Non-Binary

Marcy Schaaf

When a child expresses a preference to be referred to using "they/them" pronouns, it typically means that they identify as non-binary or genderqueer. Non-binary is a term used to describe individuals whose gender identity doesn't exclusively align with the traditional categories of male or female. Instead, they may experience their gender identity as being somewhere along a spectrum beyond these binary options.

Choosing to use "they/them" pronouns acknowledges and respects the child's gender identity and their right to define themselves in a way that feels authentic to them. It's important to honor their preferred pronouns and provide support and understanding as they navigate their gender identity. This may involve educating others around them, such as family members, friends, and teachers, about the importance of using the correct pronouns and respecting the child's identity.

It's essential to create an environment where the child feels safe and accepted for who they are, regardless of their gender identity. This may involve advocating for inclusive policies and practices in schools, healthcare settings, and other institutions to ensure that non-binary individuals are respected and supported.

Kapag ang isang bata ay nagpahayag ng isang kagustuhan na tukuyin ang paggamit ng "sila/sila" na mga panghalip, karaniwan itong nangangahulugan na sila ay nakikilala bilang hindi binary o genderqueer. Ang non-binary ay isang terminong ginamit upang ilarawan ang mga indibidwal na ang pagkakakilanlan ng kasarian ay hindi eksklusibong tumutugma sa mga tradisyonal na kategorya ng lalaki o babae. Sa halip, maaari nilang maranasan ang kanilang pagkakakilanlan ng kasarian bilang nasa isang lugar sa isang spectrum na lampas sa mga binary na opsyong ito.

Ang pagpili sa paggamit ng mga panghalip na "sila/sila" ay kinikilala at nirerespeto ang pagkakakilanlan ng kasarian ng bata at ang kanilang karapatan na tukuyin ang kanilang sarili sa paraang sa tingin nila ay totoo. Mahalagang igalang ang kanilang mga ginustong panghalip at magbigay ng suporta at pag-unawa sa kanilang pag-navigate sa kanilang pagkakakilanlan ng kasarian. Maaaring kabilang dito ang pagtuturo sa iba sa kanilang paligid, tulad ng mga miyembro ng pamilya, kaibigan, at guro, tungkol sa kahalagahan ng paggamit ng mga tamang panghalip at paggalang sa pagkakakilanlan ng bata.

Mahalagang lumikha ng isang kapaligiran kung saan ang bata ay nakadarama na ligtas at tinatanggap kung sino sila, anuman ang kanilang pagkakakilanlan ng kasarian. Maaaring kabilang dito ang pagtataguyod para sa napapabilang na mga patakaran at kasanayan sa mga paaralan, mga setting ng pangangalagang pangkalusugan, at iba pang mga institusyon upang matiyak na ang mga hindi binary na indibidwal ay iginagalang at sinusuportahan.

My Many Colors: A Story of Being Non-Binary

In a small town nestled between rolling hills and whispering forests, there lived a child named Alex.

Sa isang maliit na bayan na nasa pagitan ng mga gumugulong na burol at nagbubulungan na kagubatan, may nakatirang isang bata na nagngangalang Alex.

Alex was a very special kid. They had a name that was neither strictly for boys nor only for girls.

Si Alex ay isang napaka-espesyal na bata.
Nagkaroon sila ng pangalan na hindi mahigpit para sa mga lalaki o para lamang sa mga babae.

But something else made Alex different too. Some days, they felt as delicate as a butterfly, and on those days, they liked to wear dresses.

Pero iba rin ang nagpaiba kay Alex. Sa ilang mga araw, pakiramdam nila ay kasing pinong paruparo, at sa mga araw na iyon, gusto nilang magsuot ng mga damit.

Other days, Alex felt strong and bold, like a mighty lion. On those days, they chose pants and shirts that made them feel powerful and free.

Sa ibang mga araw, naramdaman ni Alex na malakas at matapang, tulad ng isang makapangyarihang leon. Noong mga araw na iyon, pumili sila ng mga pantalon at kamiseta na nagpapadama sa kanila ng kapangyarihan at kalayaan.

But most days, Alex was somewhere in between. They didn't feel entirely like a boy or completely like a girl. They just felt like themselves, a beautiful blend of everything in between.

Ngunit karamihan ng mga araw, si Alex ay nasa pagitan. Hindi nila lubos na naramdaman na parang lalaki o ganap na babae. Naramdaman lang nila ang kanilang sarili, isang magandang timpla ng lahat ng nasa pagitan.

Some people understood Alex's unique way of being, and they celebrated it with open arms and warm smiles.

Naunawaan ng ilang tao ang kakaibang paraan ng pagkatao ni Alex, at ipinagdiwang nila ito nang may bukas na mga bisig at mainit na ngiti.

But others didn't understand.
They would stare or whisper,
unsure of what to make of
someone who didn't fit neatly
into their idea of boy or girl.

Pero hindi naintindihan ng iba. Sila ay tititig o bubulong, hindi sigurado kung ano ang gagawin ng isang tao na hindi akma nang maayos sa kanilang ideya ng lalaki o babae.

One day, Alex's grandmother came to visit. She looked puzzled when she saw Alex wearing pants instead of a dress.

Isang araw, dumal
Alex. Mukha siyaı
nang makita niy
nakasuot ng pant
dami

Grandma listened carefully, her eyes softening with understanding. "Oh, I see," she said gently. "Well, you always look lovely, no matter what you wear."

One day, as the sun dipped low in the sky and painted the world with shades of pink and gold, Alex had a realization.

Kaya naman,
pagmamalaki ni Ale
ang kanilang pagigir
alam na ang kanila
kulay ay nagnining
husto kapag sila a
sarili nilo

Isang araw, nang lumubog ang araw sa kalangitan at pininturahan ang mundo ng kulay rosas at ginto, napagtanto ni Alex.

And so, Alex em
uniqueness with p
that their true c
brightest when th
authentically t

The end.

Wakas.

Life Lesson:

Embrace your uniqueness and be true to yourself, even if others may not understand. You are beautiful just the way you are.

Aral sa Buhay:

Yakapin ang iyong pagiging natatangi at maging totoo sa iyong sarili, kahit na hindi maintindihan ng iba. Ikaw ay maganda kung paano ka.

Non-binary kids, like anyone else, may have diverse preferences when it comes to how they like to dress. There's no single "right" way for non-binary individuals to dress, as gender expression is highly personal and can vary greatly from person to person. Some non-binary kids may prefer clothing that is traditionally associated with their assigned gender at birth, while others may gravitate towards clothing that blurs or challenges traditional gender norms.

Here are some common ways non-binary kids might choose to dress:

1. Gender-neutral clothing: Many non-binary individuals prefer clothing that is not specifically associated with either traditional gender category. This might include items like t-shirts, jeans, hoodies, sneakers, and other styles that are not inherently gendered.

2. Mix-and-match styles: Some non-binary kids may enjoy mixing elements of traditionally masculine and feminine clothing in their outfits. This could involve wearing clothing from both the men's and women's sections of stores, or combining traditionally masculine and feminine accessories.

3. Androgynous fashion: Androgynous fashion often features clothing styles that blur the lines between masculine and feminine aesthetics. This might include tailored suits, button-up shirts, blazers, skirts, dresses, androgynous hairstyles, and accessories that aren't strongly gendered.

4. Personal expression: Ultimately, non-binary kids may choose to dress in a way that reflects their unique personality, interests, and sense of style. They may experiment with different looks, colors, patterns, and accessories to express themselves authentically.

It's important to respect and support non-binary kids in their clothing choices, just as you would with any child. Creating an inclusive environment where they feel comfortable expressing themselves is key to fostering their confidence and well-being.

Ang mga hindi binary na bata, tulad ng iba, ay maaaring magkaroon ng magkakaibang mga kagustuhan pagdating sa kung paano nila gustong manamit. Walang iisang "tamang" paraan para sa hindi binary na mga indibidwal na manamit, dahil ang pagpapahayag ng kasarian ay lubos na personal at maaaring mag-iba nang malaki sa bawat tao. Ang ilang mga hindi binary na bata ay maaaring mas gusto ang damit na tradisyonal na nauugnay sa kanilang itinalagang kasarian sa kanilang kapanganakan, habang ang iba ay maaaring mahilig sa mga damit na lumalabo o humahamon sa tradisyonal na mga pamantayan ng kasarian.

Narito ang ilang karaniwang paraan na maaaring piliin ng mga hindi binary na bata na manamit:

1. Kasuotang neutral sa kasarian: Mas gusto ng maraming hindi binary na indibidwal ang damit na hindi partikular na nauugnay sa alinman sa tradisyonal na kategorya ng kasarian. Maaaring kabilang dito ang mga item tulad ng mga t-shirt, maong, hoodies, sneaker, at iba pang istilo na hindi likas na kasarian.

2. Mix-and-match na mga istilo: Ang ilang mga hindi binary na bata ay maaaring mag-enjoy sa paghahalo ng mga elemento ng tradisyonal na panlalaki at pambabae na damit sa kanilang mga outfit. Maaaring kabilang dito ang pagsusuot ng damit mula sa mga seksyon ng mga tindahan ng lalaki at babae, o pagsasama-sama ng tradisyonal na panlalaki at pambabae na mga accessory.

3. Androgynous na fashion: Ang Androgynous na fashion ay kadalasang nagtatampok ng mga istilo ng pananamit na lumalabo ang mga linya sa pagitan ng panlalaki at pambabae na aesthetics. Maaaring kabilang dito ang mga pinasadyang suit, button-up na kamiseta, blazer, palda, damit, androgynous na hairstyle, at accessory na hindi gaanong kasarian.

4. Personal na pagpapahayag: Sa huli, maaaring piliin ng mga hindi binary na bata na manamit sa paraang nagpapakita ng kanilang natatanging personalidad, mga interes, at pakiramdam ng istilo. Maaari silang mag-eksperimento sa iba't ibang hitsura, kulay, pattern, at accessories upang ipahayag ang kanilang sarili nang totoo.

Mahalagang igalang at suportahan ang mga hindi binary na bata sa kanilang mga pagpipilian sa pananamit, tulad ng gagawin mo sa sinumang bata. Ang paglikha ng isang napapabilang na kapaligiran kung saan kumportable silang ipahayag ang kanilang sarili ay susi sa pagpapaunlad ng kanilang kumpiyansa at kagalingan.

Hey there, colorful kids! Have you ever wondered how to pick the perfect colors for your outfit? It's easy! Just think about how you're feeling and what outfit you want to wear. If you're feeling as bright as a sunny day, maybe choose clothes in vibrant yellows and oranges. Or if you're feeling calm and peaceful, soft blues and greens might be just the right colors for you. Let your outfit be your canvas and your feelings be your guide as you paint the world with your unique style and personality!

Hoy, makulay na mga bata! Naisip mo na ba kung paano pumili ng mga perpektong kulay para sa iyong damit? Madali lang! Isipin mo lang kung ano ang nararamdaman mo at kung anong damit ang gusto mong isuot. Kung ang pakiramdam mo ay kasing liwanag ng isang maaraw na araw, maaaring pumili ng mga damit na may makulay na dilaw at orange. O kung ang pakiramdam mo ay kalmado at payapa, ang malalambot na asul at berde ay maaaring ang mga tamang kulay para sa iyo. Hayaang maging canvas mo ang iyong outfit at maging gabay mo ang iyong damdamin habang pinipinta mo ang mundo gamit ang iyong kakaibang istilo at personalidad!

Explore these pages to discover your unique style.

Galugarin ang mga pahinang ito upang matuklasan ang iyong natatanging istilo.

Books By Schaaf

www.BookBySchaaf.com

Find us at:

Available at amazon

Thalia

BARNES & NOBLE

lulu

BOOKS BY SCHAAF

TikTok Shop

IngramSpark

www.ingramcontent.com/pod-product-compliance
Lightning Source LLC
LaVergne TN
LVHW082049051026
849532LV00011B/3543
9798869260635